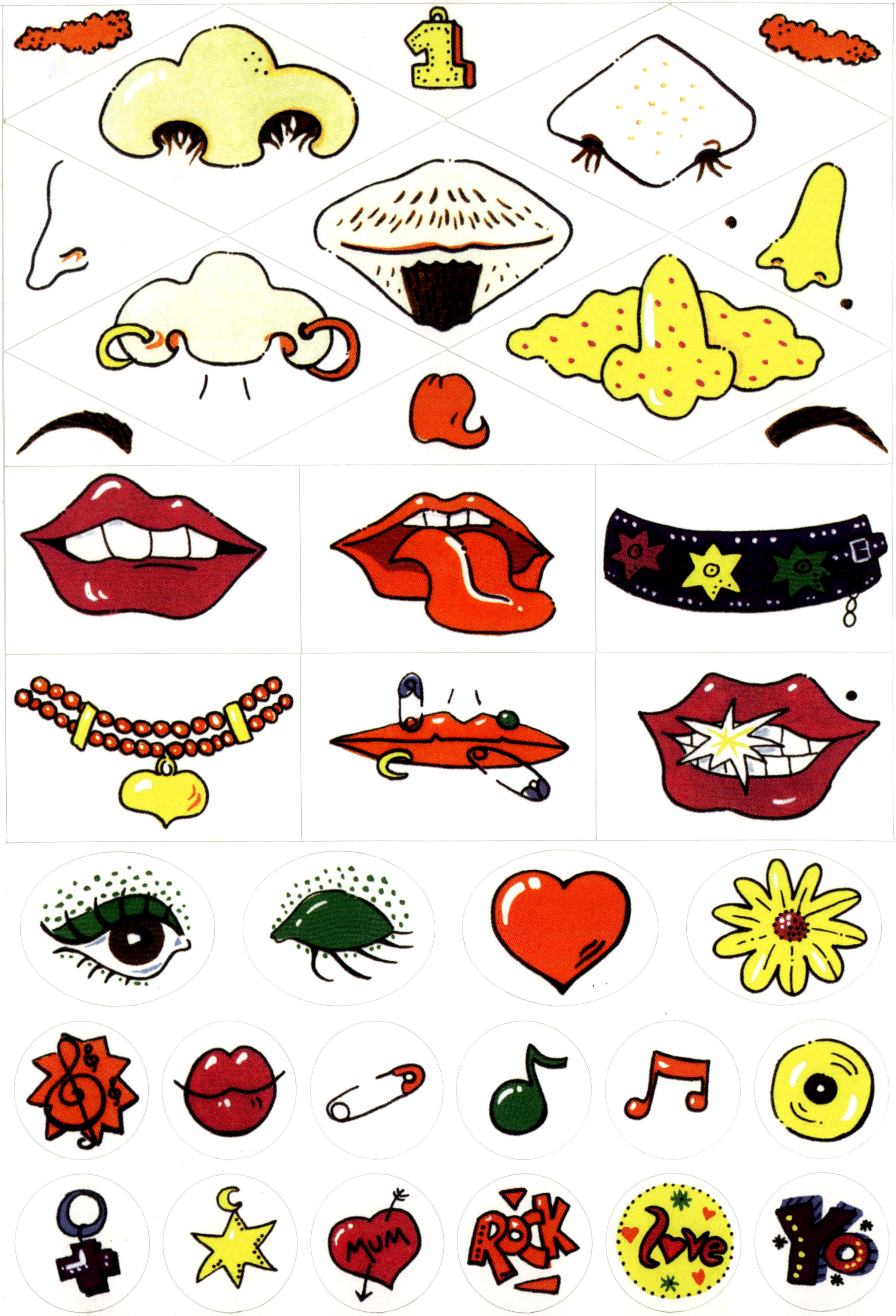
1
MUM
ROCK
love
Yo

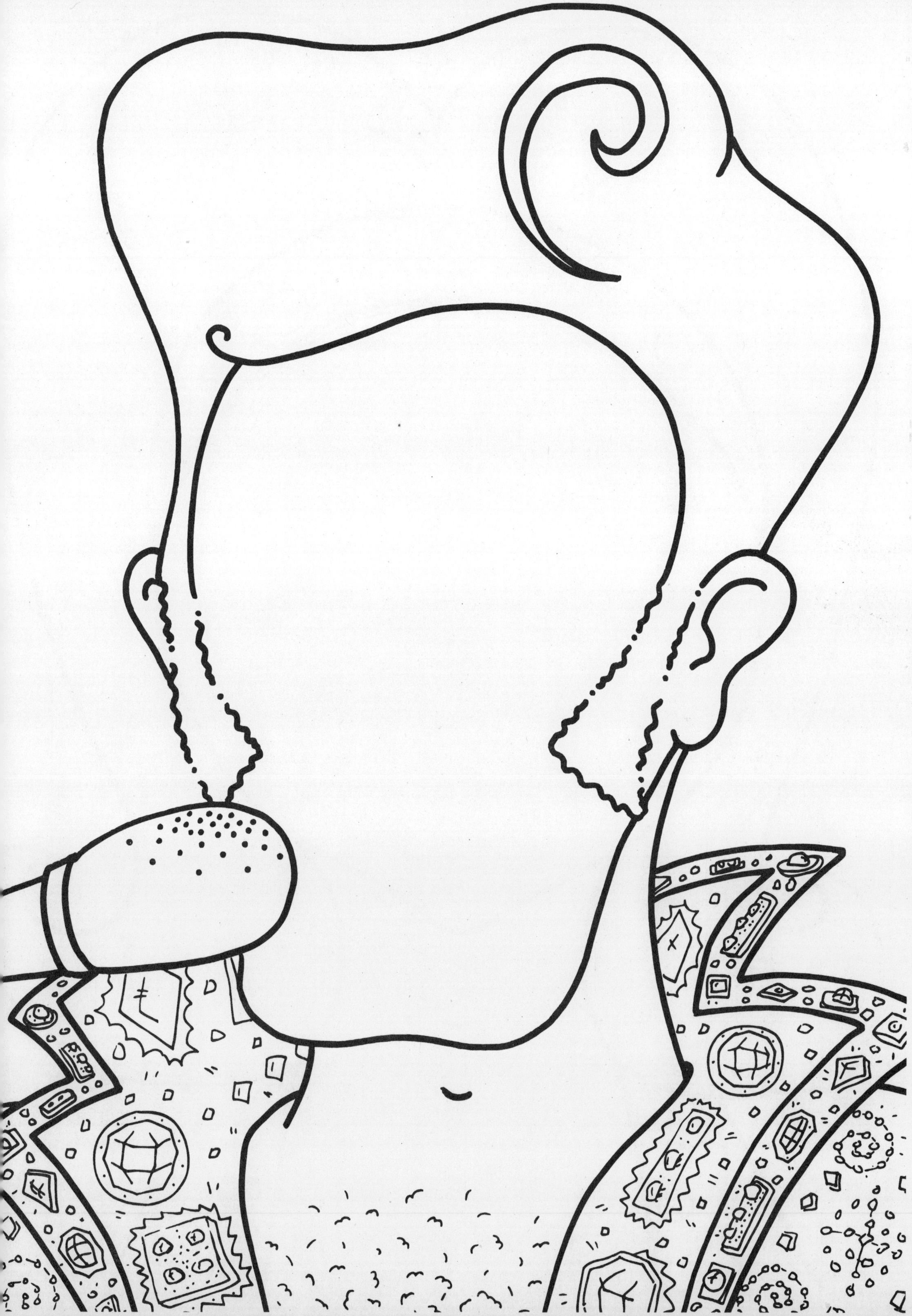

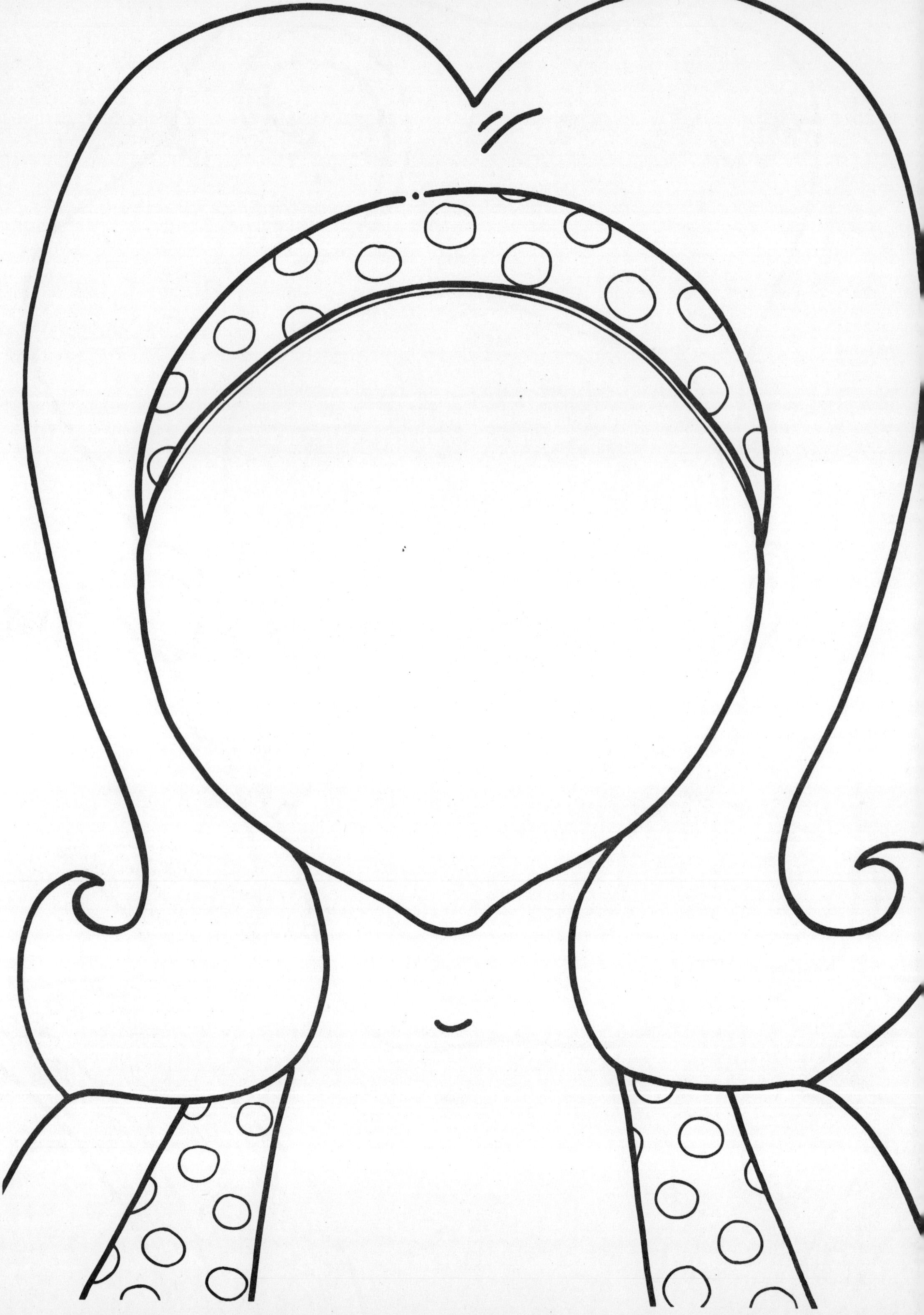

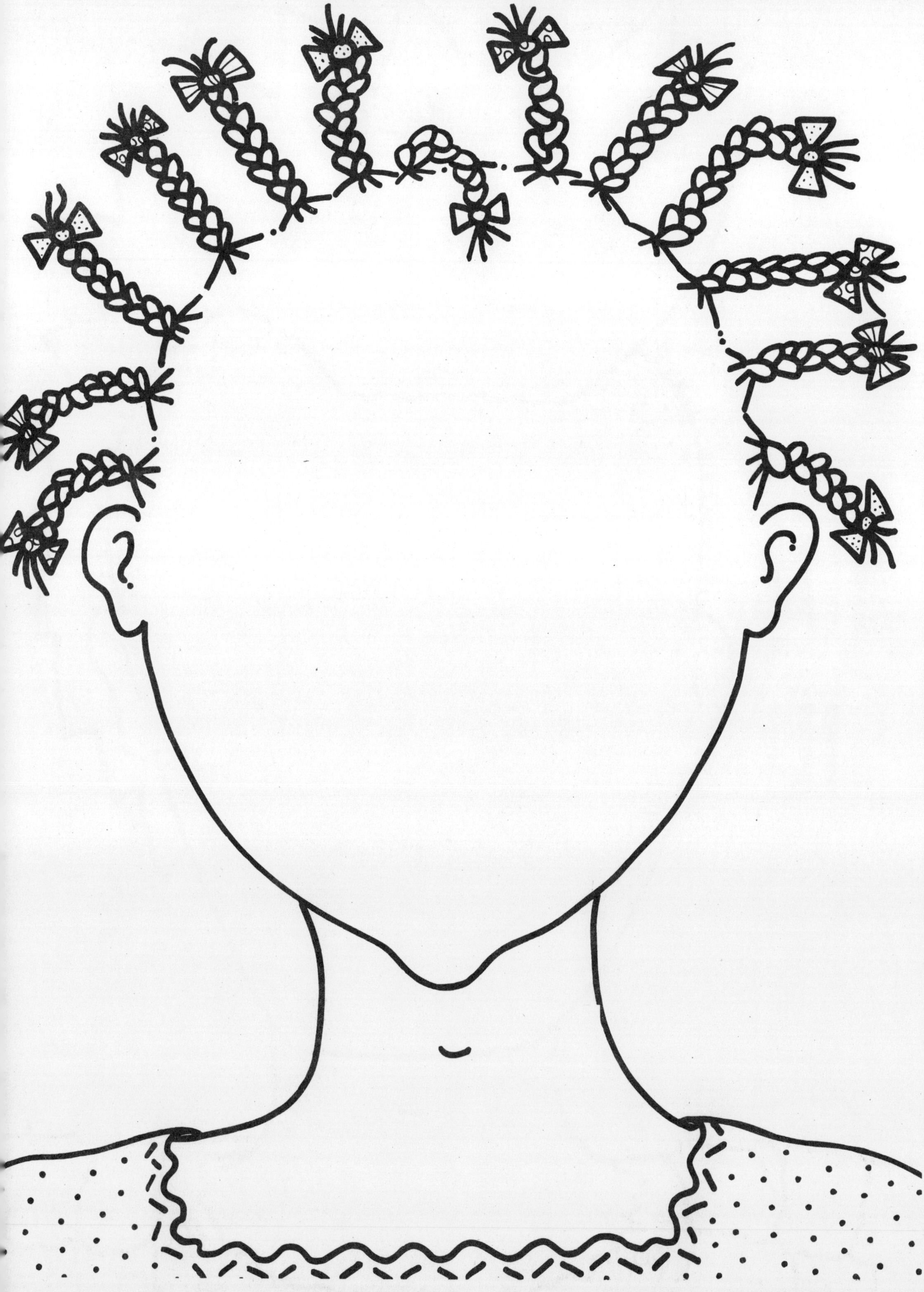

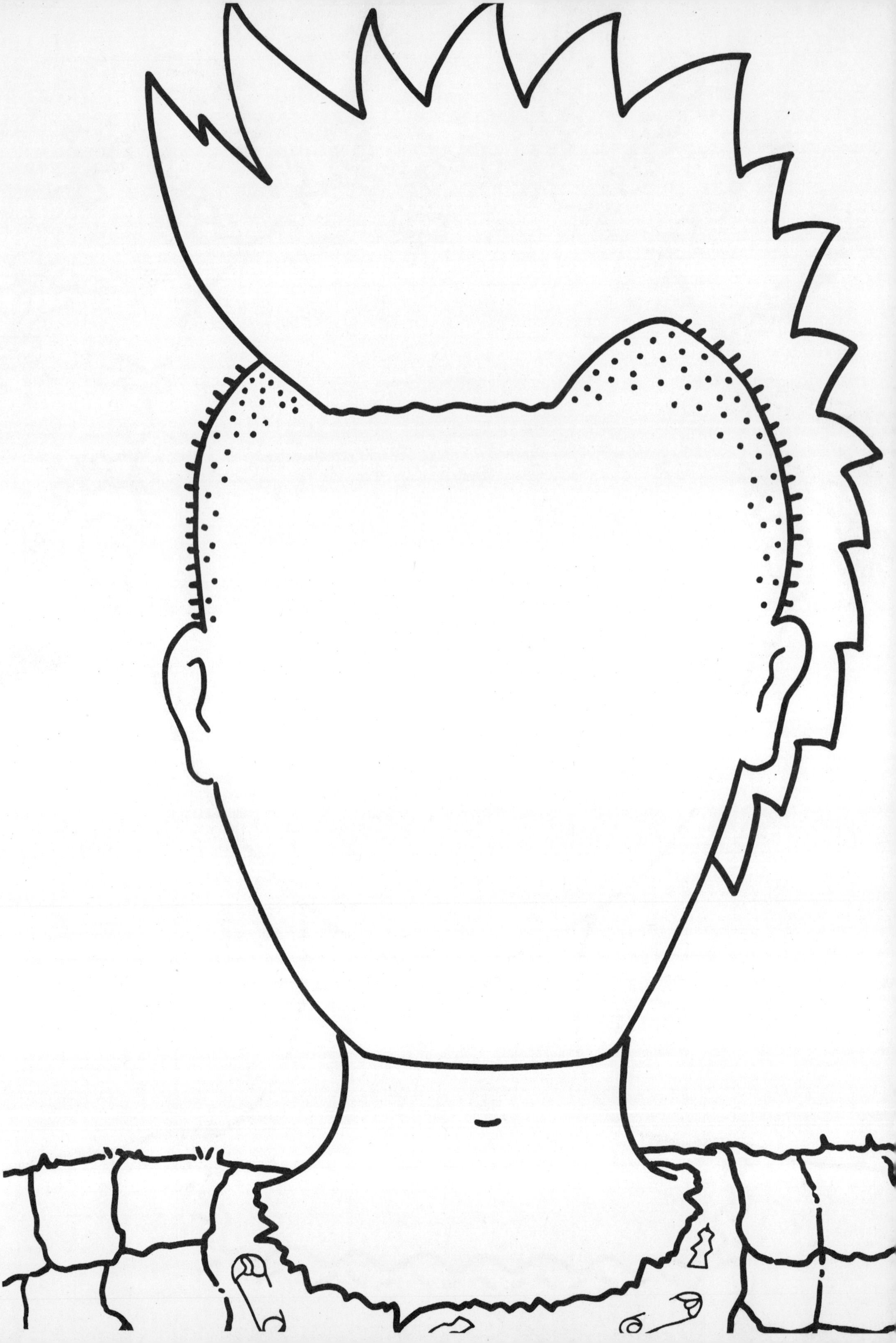

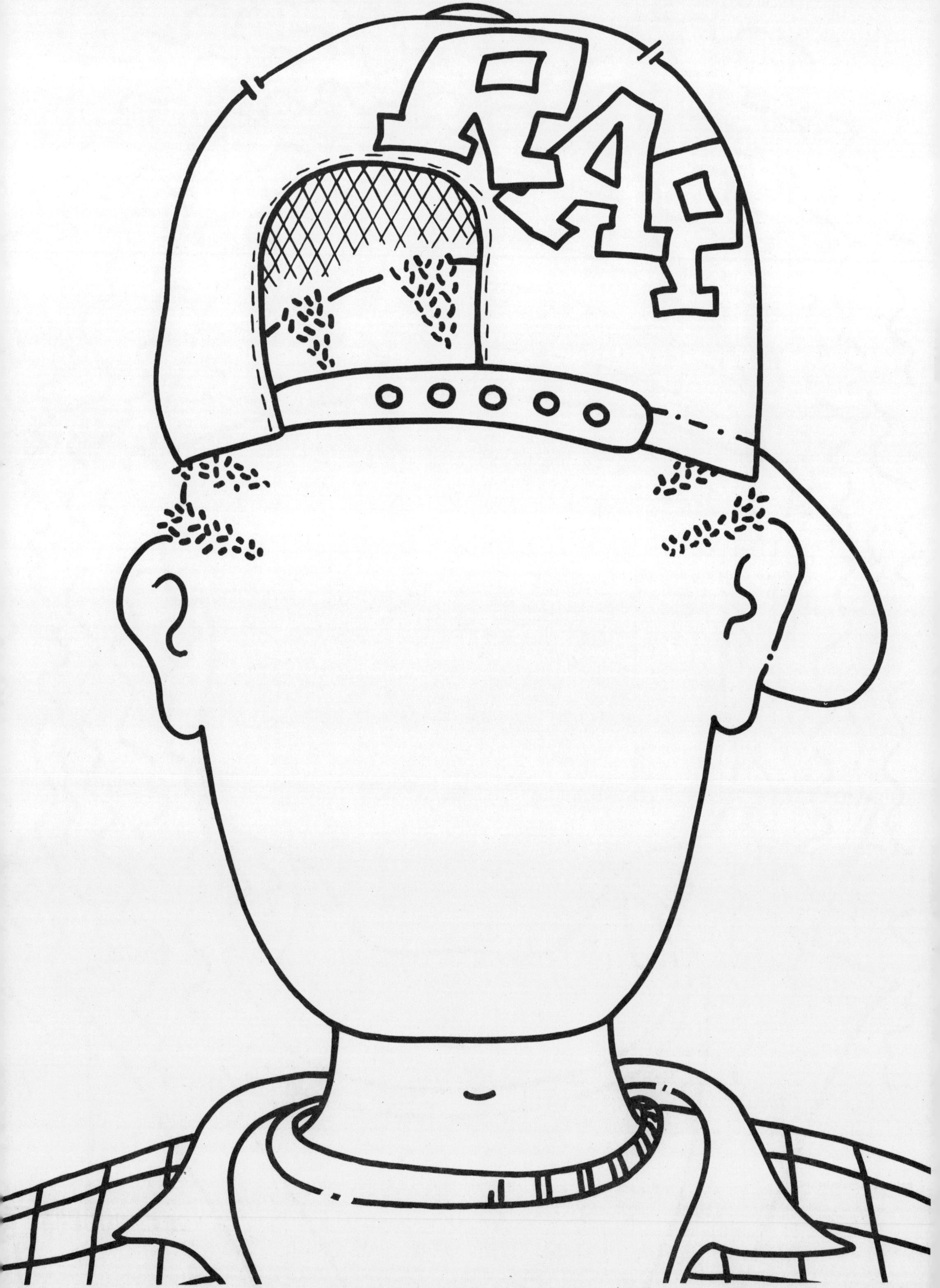
RAP

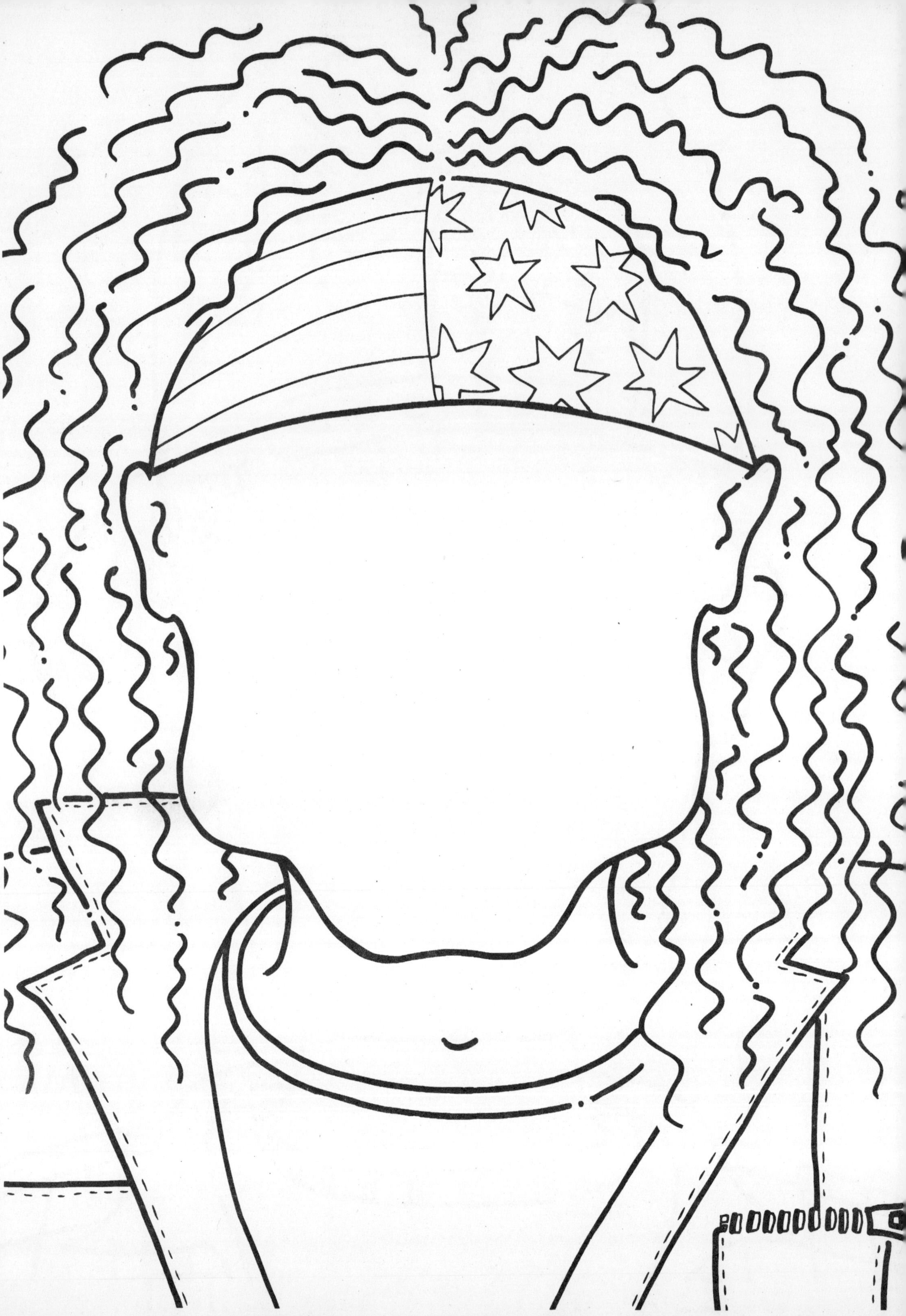

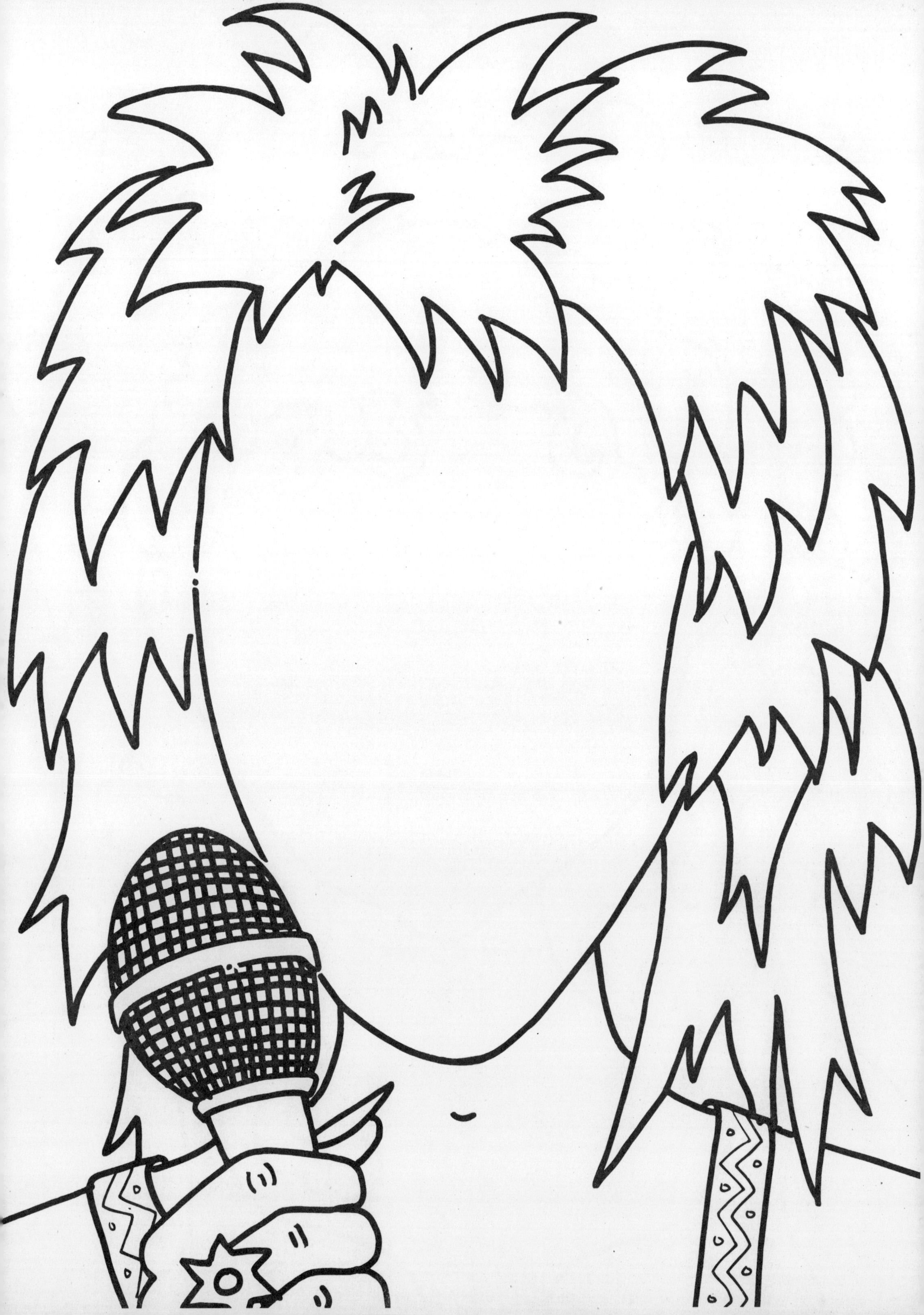

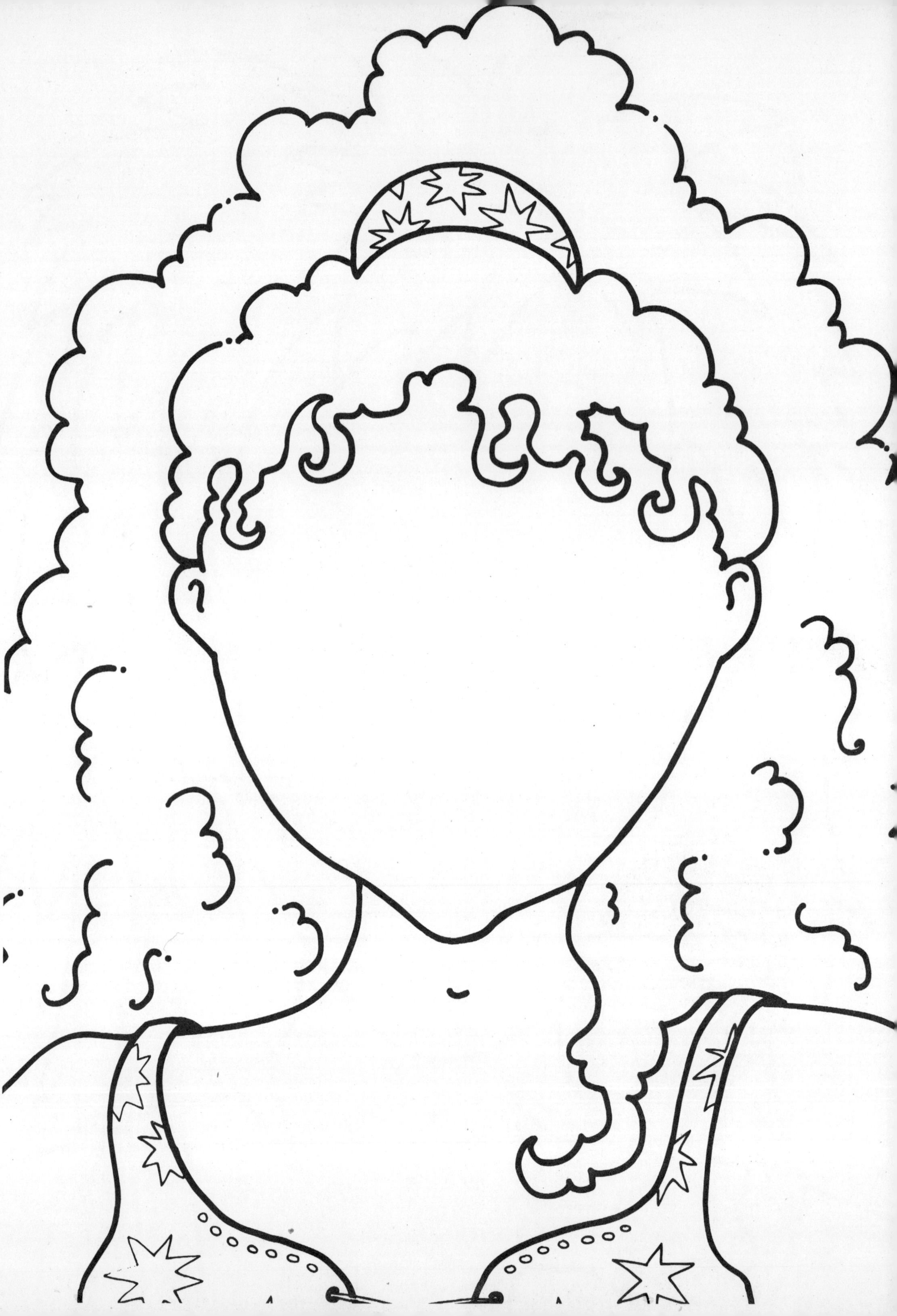